PETROL PUMP CASE LAW

SERIES - 1

Raju Raval

Title   :   Petrol Pump Case Law Series - 1

Author   :   Raju Raval

Edition   :   First (July, 2024)

ISBN   :   9788197680830

Copyright © 2024, All Rights Reserved by Author

Published by

TANEESHA PUBLISHERS | *A Venture by -*
PRACHI DIGITAL PUBLICATION

Regd. Add.: 254, Khuriyakhatta No. 10, Bindukhatta,
Lalkuan, Nainital - 262402, Uttarakhand, India
Website : www.taneeshapublishers.in
E-mail : taneeshapublishers@gmail.com
Phone : +91 845481 2712, +91 976041 7980

Printed by :
Manipal Technologies Limited, Bengaluru - 560001, Karnataka

IN THE SUPREME COURT OF INDIA

CRIMINAL APPELLATE JURISDICTION

CRIMINAL APPEAL NO. 3512 OF 2023

Suresh & Ors. ...   **Appellants**

versus

State of Madhya Pradesh ...   **Respondent**

IN THE SUPREME COURT OF INDIA

CRIMINAL APPEAL NO. 3512 OF 2023

JUDGMENT

ABHAY S. OKA, J.

FACTUAL ASPECT

1) The appellants invoked the jurisdiction of the High Court under Section 482 of the Code of Criminal Procedure, 1973 (for short, 'CrPC') for quashing First Information Report (for short, 'FIR') registered against them for offences punishable under Sections 420 and 120-B of the Indian Penal Code, 1860 (for short, 'the IPC') and Sections 3 and 7 of the Essential Commodities Act, 1955 (for short, 'the EC Act'). By the impugned judgment, the High Court has dismissed the petition seeking quashing of the FIR.

IN THE SUPREME COURT OF INDIA

CRIMINAL APPEAL NO. 3512 OF 2023

2) On 7th October 2021, invoices were issued by Bharat Petroleum Corporation Ltd. ('BPCL') in the name of MP Bombay Auto Service Petrol Diesel Pump owned by the third appellant for the sale and transportation of 9 Kilolitres each of petrol and diesel through a particular tanker. It is alleged that the subject fuel was shifted to another tanker due to the valve failure in the original tanker. The first appellant was the driver of the tanker, which carried the subject fuel.

On 11 October 2021, the SHO of Police Station Kishanpura District, Indore, intercepted the truck while unloading the subject fuel at the third appellant's petrol pump. The SHO recorded the disclosure statements of the first and the second appellants. The second appellant was the manager of Shivam Industries.

The truck was seized with the liquid inside. The police collected samples from the four compartments of the tanker. The appellants were given arrest memos on 13 October 2021. On the same day, the samples collected by the SHO

were sent to State Forensic Laboratory. The Collector (Food) instructed on the same day to send the samples collected from the subject tanker to BPCL Quality Assurance Laboratory, Indore. On 14 October 2021, the aforesaid impugned FIR was registered.

The Forensic State Laboratory at Indore recommended sending the samples to the Indian Institute of Petroleum, Dehradun. According to the appellants' case, BPCL Quality Assurance Laboratory submitted a test report on 19t October 2021, recording that the samples conformed with the required specifications. In the meanwhile,

IN THE SUPREME COURT OF INDIA

CRIMINAL APPEAL NO. 3512 OF 2023

there was a show cause notice issued to the third appellant under Section 6(b) of the EC Act, which culminated in an order imposing a fine on the ground that the third appellant could not produce an invoice authorising transportation through the tanker in question and he did not' seek permission for opening the seal and lock of the tanker. The charge sheet was filed on 11* February 2022.

IN THE SUPREME COURT OF INDIA

CRIMINAL APPEAL NO. 3512 OF 2023

SUBMISSIONS

3) The learned counsel appearing for the appellants has invited our attention to the material forming part of the charge sheet. He pointed out that in the chargesheet, **the allegation is that fuel oil mixed with Hexin, C-09, Pentane and rover process oil were procured from Mumbai and Hazirathrough Shivam Industries.** The allegation is that if these hydrocarbons are mixed in different proportions in a mixing machine, the mixture looks exactly like petrol and diesel and has the same smell. The allegation is that on 11% October2021, the hydrocarbon mixture was loaded in the intercepted tanker. The learned counsel submitted that, admittedly, there is no report obtained by the prosecution of any expert agency about the nature of the liquid found in the intercepted truck. Learned counsel invited our attention to the finding recorded in the impugned order, which records that, though samples were sent to the laboratory in charge of BPCL, a report from the laboratory has not been received. He submitted that taking the charge sheet and material therein as correct, there is no material to show the nature of the liquid found in the tanker at the time of its interception. Hence, no offence was made out

IN THE SUPREME COURT OF INDIA

CRIMINAL APPEAL NO. 3512 OF 2023

CONSIDERATION OF SUBMISSIONS

5) We have carefully perused the chargesheet. The allegation in the chargesheet is that hydrocarbons mixed in different proportions by using mixing machines create a mixture that looks exactly like petrol and diesel. It is alleged that such a mixture smells like petrol and diesel. It is alleged that Shivam Industries supplied the mixture and sold it to the petrol pumps instead of petrol or diesel. It is alleged that by cheating ordinary customers, the appellants are causing illegal losses to the customers. Even the Government is deprived of the tax which can be levied on petroleum and diesel. It is alleged that after a search of Shivam Industries' factories, it was found that there were several tanks of thousands of litres capacity, out of which five were found to be filled with different hydrocarbons. As per the chargesheet, on 11 October 2021, the hydrocarbon mixture was loaded in the tanker in question.

IN THE SUPREME COURT OF INDIA

CRIMINAL APPEAL NO. 3512 OF 2023

6) Thus, the prosecution's case is that a hydrocarbon mixture was found in the seized tanker, which was being sold by the appellants, representing it to be petrol or diesel. Along with a letter dated 13 October 2021, the police forwarded four samples of the liquid seized from the tanker to _ the

Forensic State Laboratory at Sagar in Madhya Pradesh, requesting the laboratory to submit an opinion on whether petrol in the samples at Exhibit A and B is of human grade used as a normal fuel in vehicles. The second question posed to the laboratory was whether there is any standard level

petrol or diesel used as a normal fuel in samples C and D or if the liquid has been adulterated. Similarly, the Collector (Food) sent another set of samples to the State Level Coordinator, IOCL, Bhopal, for testing. The impugned judgment notes that along with the letter dated 3™¢ November 2021, samples were also sent to the Laboratory Incharge, BPCL, Indore. It

appears that the laboratory in charge of the BPCL laboratory has not submitted the result of the analysis. That is the specific observation in the impugned judgment. By the order dated 27th March 2023, the learned counsel appearing for the respondent was granted time to ascertain whether a report was received from the laboratory of BPCL. The learned counsel for the respondent stated on instructions that till date, the report of analysis has not been received.

IN THE SUPREME COURT OF INDIA

CRIMINAL APPEAL NO. 3512 OF 2023

7) The appellants rely on the test report dated 19t October 2021 submitted by Quality Assurance Laboratory, Mangliya Depot, Indore of BPCL. The report confirms that the samples conform to the HSD (BSVI) specifications. The submission of the learned counsel appearing for the respondent is that the said report is not a part of the charge sheet.

IN THE SUPREME COURT OF INDIA

CRIMINAL APPEAL NO. 3512 OF 2023

8) Though FIR was registered on 14th October 2021 and the charge sheet was filed on 11th February 2022, even as of today, the expert's report on the nature of the liquid found in the seized _ tanker _ has not been produced. The _ entire foundation of the charge sheet_is that there was a

hydrocarbon mixture _in the seized tanker, which looks precisely like petrol and diesel and smells like petrol and diesel. Along with the charge sheet, the respondent did not produce an expert's report regarding the precise nature of the liquid in the tanker.

An expert's opinion showing that the liquid _was neither petrol nor diesel, but the hydrocarbon mixture has not been placed on record. As stated earlier, samples were sent more than two years back for testing, and a _ report has not yet been received. In the absence of the report, taking the charge sheet as it is, no material is placed

on record to show that the liquid in the tanker was neither diesel nor petrol but a mixture of hydrocarbons. The allegation of cheating is also made on the footing that thousands of customers were supplied with the said mixture instead of petrol or diesel. Unless there was a_ material forming part of the charge-sheet to show the nature of the liquid, no offence is made out.

Now, it is too late for the State to file a report after a gap of more than two years. The respondent was put to notice by this Court by the order dated 27% March 2023 about the failure to produce the report.

However, the respondent has not attempted to get the report during the last seven months. Even an adverse inference can be drawn against the respondent. Hence, the continuation of the prosecution will be an abuse of the process of law.

IN THE SUPREME COURT OF INDIA

CRIMINAL APPEAL NO. 3512 OF 2023

9) The appeal succeeds, and the same is allowed. We set aside the impugned judgment of the High Court. The FIR No. 727 dated 14t October 2021, registered with Kishanpura District, Indore, and the consequent charge sheet filed thereon are quashed and set aside.

10) The appeal is accordingly allowed on the above terms.

....................J.

(Abhay S. Oka)

....................J.

Pankaj Mittal

New Delhi;

November 24, 2023

રામાયણ-મહાભારત જેવા ખુબ જ પ્રાચિન હિન્દુ ધર્મગ્રંથ, પોથી પુરાણ અને હિન્દુ આધ્યાત્મિક કથાઓમાં ઘણીવાર ૧૪ વિદ્યા અને ૬૪ કલાઓનુ વર્ણન કરવામાં આવેલ છે અને તેને સાંભળ્યા કે વાંચ્યા પછે ઘણા લોકોને એના વિષે સંપુર્ણ જાણકાડરી પ્રાપ્ત કરવાની જિજ્ઞાસા હોય છે. ૧૪ વિદ્યાઓમાં ચાર વેદ, ચાર ઉપવેદ અને ૬ વેદાંતનો સમાવેશ થાય છે. પાચીન કાળથી જે ૧૪ વિદ્યાઓ અને ૬૪ કલાઓનું વર્ણન કરેલ છે તે આ મુજબ છે,

ચાર વેદ આ પ્રમાણે છે :

1) ઋગ્વેદ : ઋગ્વેદ સંહિતા એ ઋગ્વેદિક મુંબઈનો મંત્ર ભાગ છે, તેમાં 1017 સૂક્ત છે. તેને વિશ્વનું સૌથી જૂનું પુસ્તક માનવામાં આવે છે.

2) યજુર્વેદ : યજુર્વેદમાં યજ્ઞ સંબંધિત પદ્ધતિઓ અને યજ્ઞ વિધિઓમાં ઉપયોગમાં લેવાતા મંત્રોનું વિગતે વર્ણન કરવામાં આવ્યું છે. યજ્ઞ ઉપરાંત તત્વજ્ઞાનનું વર્ણન વેદોમાં ગદ્યમાં કરવામાં આવ્યું છે.

3) સામવેદ : ચાર વેદોમાં સામવેદનું મહત્વ સૌથી વધુ છે. શામ શબ્દનો અર્થ છે....... સામવેદ એ ભારતના સૌથી જૂના શાસ્ત્રોમાંનું એક છે અને તે સંગીત આધારિત વેદ છે. પ્રાચીન આર્યો દ્વારા દાન. ચાર વેદોમાં સામવેદ કદની દૃષ્ટિએ સૌથી નાનો છે.

4) અથર્વવેદ : અથર્વવેદ સંહિતા વેદોમાં ચોથા સ્થાને આવે છે, જે હિંદુ ધર્મના સૌથી પવિત્ર અને સર્વોચ્ચ ધાર્મિક ગ્રંથ છે. અથર્વવેદના બે અધ્યાયો, સૌનક અને પરાપલતમાં પ્રસારિત લગભગ તમામ સ્ત્રોતો ઋગ્વેદના સ્તોત્રોમાં રચાયેલા છે. અથર્વવેદના વિદ્વાન ગણાય છે. ચારેય વેદોના જાણનાર.

ચાર ઉપવેદ આ મુજબ છે :

1) અર્થશાસ્ત્ર : તે એક પ્રાચીન ભારતીય હિંદુ ગ્રંથ છે જે રાજ્યકળા, આર્થિક અને લશ્કરી વ્યૂહરચના વિશે જ્ઞાન પ્રદાન કરે છે અને તેનું શ્રેય વિષ્ણુ ગુપ્તાને આપવામાં આવે છે, જેને કૌટિલ્ય તરીકે પણ ઓળખવામાં આવે છે.

2) ધનુર્વેદ : ધનુર્વેદ શબ્દ ધનુષ અને જ્ઞાન બે શબ્દો પરથી આવ્યો છે, જેનો શાબ્દિક અર્થ થાય છે ધનુર્વિદ્યાનું વિજ્ઞાન.

3) ગંધર્વવેદ : તે પર્ફૉર્મિંગ આર્ટ્સ પર આધારિત એક પ્રાચીન ભારતીય લખાણ છે. તેમાં થિયેટર, નૃત્ય અને સંગીતની કળાઓનો સમાવેશ થાય છે.

4) આયુર્વેદ : આયુર્વેદ અથવા આયુર્વેદિક દવા એ ભારતની પરંપરાગત તબીબી પદ્ધતિ છે. આયુર્વેદ શબ્દ આયુષ અને વેદથી બનેલો છે જે જીવનના વિજ્ઞાનનો સંદર્ભ આપે છે.

સારા વેદાંત આ પ્રમાણે છે.

1) વ્યાકરણ : બોલાતી ભાષામાં શબ્દોનો ઉપયોગ કેવી રીતે અને કઈ રીતે કરવો જોઈએ તે દર્શાવતું શાસ્ત્ર જ્ઞાન

2) જ્યોતિષી : ગ્રહો, નક્ષત્રો અને અન્ય અવકાશી પદાર્થોનો અભ્યાસ કરવાનો અને સમયચક્રને સમજવાનો વિષય જ્યોતિષ કહેવાય છે.

3) નિરુક્ત : વેદોમાં જણાવેલા અઘરા શબ્દોનો અર્થ સમજાવતો શાસ્ત્ર.

4) કલ્પ : ધાર્મિક વિધિઓ, ઉપવાસ, નિયમો અને ધાર્મિક વિધિઓનું વર્ણન કરતું શાસ્ત્ર

5) છંદ : શબ્દોને કાવ્યાત્મક સ્વરૂપમાં ઢાળીને ગીતનું સ્વરૂપ આપવું

6) શિક્ષા : અધ્યાપન, અધ્યયન, અધ્યયન અને શિક્ષણ

૬૪ કલાઓ નીચે મુજબ છે :

(1)   અભિધાન કોષ છાંદોજ્ઞાન - શબ્દો અને છંદોની કળાનું જ્ઞાન

(2)   વાસ્તુવિદ્યા - મકાનો, મહેલો બાંધવાની કળા

(3)   બાલક્રીડાકર્મ - બાળકોનું મનોરંજન કરવાની કળા

(4) ચિત્રશબ્દાપુપભક્ષવિપાક ક્રિયા - રસોઈ, સ્વાદિષ્ટ ખોરાકની જાતો તૈયાર કરવાની કળા

(5)   પુસ્તકવાચન - કાવ્યલંકાર સાહિત્ય, ગ્રંથો વાંચવાની કળા

(6) પટ્ટિકા વેત્ર વન કલ્પ - અવાર નવાર, સુભ, વેટ વગેરેમાંથી પલંગ માટે કાપડ વણાટ કરવાની કળા.

(7)   વૈનાયિકી વિદ્યાજ્ઞાન - શિસ્ત, શિષ્ટાચાર અને શિષ્ટાચારમાં પારંગત બનવાની કળા

(8) વ્યાયામિકી વિદ્યાજ્ઞાન - કસરત વિશે ભૌતિક અને વૈજ્ઞાનિક જ્ઞાન મેળવવાની કળા

(9) વૈજાપીકી વિદ્યાજ્ઞાન - અન્ય પર જીતવાની કળા

(10) શુકસારીકા પ્રલાપન - પક્ષીઓની વાણીની ભાષા જાણવા અને સમજવાની કળા

(11) પાનક રસ અને રાગસવ યોજના - વાઇન અને પીણાં બનાવવાની કળા

(12) ધતુવદ - ધાતુશાસ્ત્ર, કાચી અને મિશ્ર ધાતુઓને અલગ
કરવાની કળા

(13) દુર્વાચ્ય યોગ - મુશ્કેલ શબ્દોનું અર્થઘટન અને ચોક્કસ અર્થ શોધવાની કળા

(14) આકર જ્ઞાન - ખાણ અને ખનિજશાસ્ત્રની કળા

(15) કાવ્યસમસ્યાપૂર્તિ - અધૂરી કવિતાને સંપૂર્ણ સ્વરૂપ આપવાની કળા

(16) ભાષાજ્ઞાન - દેશી અને વિદેશી વિવિધ ભાષાઓના જ્ઞાનને આત્મસાત કરવાની કળા.

(17) ચિત્રયોગ - ચિત્રો દોરવાની અને રંગવાની કળા

(18) કાયાકલ્પ - કોઈની કળા-કૌશલ્ય દ્વારા વૃદ્ધ વ્યક્તિને યુવાન બનાવવાની અથવા તેને યુવાન દેખાડવાની કળા

(19) માલ્યગ્રંથ વિકલ્પ - કપડાંની યોગ્ય પસંદગી કરવાની કળા

(20) વૃક્ષાયુર્વેદ યોગ - બગીચાઓ, ઉપવન, ઉદ્યાન બનાવવાની અને છોડ અને જડીબુટ્ટીઓ સાથે દવા અથવા તબીબી સારવારની પ્રેક્ટિસ કરવાની કળા.

(21) આકર્ષણ ક્રીડા - અન્યને લલચાવવાની અથવા આકર્ષિત કરવાની કળા

(22) કોચ્યુમર યોગ : મેકઅપ દ્વારા કુરૂપ વ્યક્તિને સુંદર બનાવવાની કળા

(23)   હસ્તલખાવ – હાથથી શિલ્પકલા બનાવવાની કળા

(24) પ્રહેલિકા - કવિતા દ્વારા ફૂટપ્રશ્નો, કોયડાઓ બનાવવાની
અને ઉકેલવાની કળા

(25) પ્રતિમાલા - સ્મૃતિ અને કૌશલ્યની કસોટી તરીકે અંતાક્ષરીમાં નિપુણતા મેળવવાની કળા

(26) ગંધયુક્તિ - સુગંધિત સુગંધ, પેસ્ટ વગેરે બનાવવાની કળા.

(27) યંત્રમાતૃકા - વિવિધ સાધનો બનાવવાની કળા

(28) અત્તર વિકલ્પ - ફૂલોમાંથી અર્ક અથવા અત્તર બનાવવાની કળા

(29) સંપાઠ્ય - બીજાને સાંભળવાની અને બરાબર એ જ રીતે પુનરાવર્તન કરવાની કળા

(30) ધારણ માતૃકા – યાદદાસ્ત વધારવા અને સુધારવાની કળા

(31) છલિક યોગ – છેતરપિંડી કરવાની કળા

(32) વસ્ત્રગોપન - ફાટેલા કપડાં સીવવાની કળા

(33) મણિભૂમિકા - જમીન પર મણકા વડે વિવિધ સર્જનો બનાવવાની કળા

(34) ધૂતક્રીડા – જુગાર રમવાની કળા

(35) પુષ્પશકટિકા નિમિત્ત જ્ઞાન - કુદરતી સંકેતો અને લક્ષણોના આધારે ભવિષ્યની આગાહી કરવાની કળા

(36) માલ્યગ્રંથન - માળા, હાર, ગજરા બનાવવાની કળા

(37) મણિરાગજ્ઞાન - રંગના આધારે રત્નોને ઓળખવાની કળા

(38) મેષકુક્કુટલાવક - લડવાની પદ્ધતિ: ચિકન, બકરી, સાપ, મંગૂસ વગેરે પ્રાણીઓ સાથે લડવાની કળા.

(39) વિશેષકચ્છેદ જ્ઞાન - કપાળ પર લગાડવાના તિલકના ઘાટ બનાવવાની કળા

(40) ક્રિયા વિકલ્પ – કોઇ વસ્તુની ક્રિયાની અસરને ઉલટાવી દેવાની કળા

(41) માનસી કાવ્યક્રિયા - ઝડપથી કવિતા રચવાની કળા

**(42) આભૂષણ ભોજન - શરીરને સોના, ચાંદી અથવા મોતીથી શણગારવાની કળા

(43) કેશશેખર પીડ જ્ઞાન - તાજ બનાવવાની અને વાળમાં ફૂલો ગોઠવવાની કળા

(44) નૃત્યજ્ઞાન - નૃત્ય કુશળતામાં નિપુણતા મેળવવાની કળા

(45) ગીતજ્ઞાન - શાસ્ત્રીય ગાયકીમાં ઊંડું જ્ઞાન મેળવવાની કળા

(46) તંડુલ કુસુમાવલી વિકાર - ચોખા અને ફૂલોની રંગોળી બનાવવાની કળા

(47) કેશમાર્જન કૌશલ્ય - માથાને તેલથી માલિશ કરવાની કળા

(48) ઉત્સાદન ક્રિયા - શરીરના ભાગોને તેલથી માલિશ કરવાની કળા

(49) કર્ણપત્ર ભંગ - ફૂલો અને પાંદડા વડે બુટ્ટી બનાવવાની કળા

(50) નેપથ્ય યોગ - ઋતુ પ્રમાણે કપડાં પહેરવાની કે પસંદ કરવાની કળા

(51) ઉદકઘાત - જલવિહાર, રંગીન પાણીથી પાણીનો સ્પ્રે બનાવવાની કળા

(52) ઉદાકવાઘ – પાણી ભરેલા વાસણમાંથી સંગીત સાઘનની જેમ અવાજ ઉત્પન્ન કરવાની કળા

(53) શયનરચના – પથારી સજાવવાની કળા

(54) ચિત્રકલા - કોતરકામ, ચિત્રકામ વગેરેની કલા.

(55) પુષ્પાસ્તરણ - ફૂલોને કલાત્મક રીતે ગોઠવીને પથારી બનાવવાની કળા

(56) નાટ્યઅખ્યાયિકા દર્શન - નાટકોમાં અભિનય કરવાની કળા

(57) દશનવસ્નાંગરાત - દાંત, કપડાં, શરીરને ચિત્રકામ અથવા સજાવટ કરવાની કળા

(58) તુર્કકર્મ - ચરખા પર સૂત કાંતવાની કળા

(59) ઇંદ્રજાલ - જાદુ, મંત્ર-તંત્ર અને જગલિંગની કળાનું જ્ઞાન

(60) તક્ષણકર્મ – લાકડા પર કોતરણી કલા

(61) અક્ષર મુષ્ટિકા કથન - કરપલ્લવી દ્વારા વાતચીત કરવાની કળા

(62) સૂત્ર તથા સુચીકર્મ - દોરા વડે કપડાં પર રફુ કરવાની કળા

(63) મ્લેંછીતકલા વિકલ્પ – અન્ય ભાષા જ્ઞાનની જાણકારી પ્રાપ્ત કરવાની કળા

(64) રત્નરૌપ્યપરીક્ષા - કિંમતી ધાતુઓ અને રત્નોનું પરીક્ષણ કરવાની કળા

www.ingramcontent.com/pod-product-compliance
Lightning Source LLC
LaVergne TN
LVHW030008180726